शांग्रीलाचे रहस्य, पाचव्या परिमाणाचे हरवलेले जग: अमर कोठे राहतात?

डॉ. रामचंद्र नाथ शर्मा

माझ्या पुस्तकाच्या सर्व वाचकांना

अनुक्रमणिका

प्रस्तावना

या जगात अनेक रहस्ये दडलेली आहेत. त्यापैकी काही रहस्ये आपल्याला कळली आहेत, परंतु बम्र्युडा-ट्राँगलसारखी काही रहस्ये अद्यापही आपल्यासाठी न उलगडलेली आहेत. कोणी कुठे गेले तरी आजतागायत परत येऊ शकलेले नाही. हे गूढ उकलण्यासाठी जगभरातील लोकांनी हे गूढ जाणून घेण्याचा प्रयत्न केला, तरीही हे रहस्य आजतागायत उलगडलेले नाही. जगभरात अशी अनेक ठिकाणे आहेत, जी रहस्यांनी भरलेली आहेत. या जगात अशी काही ठिकाणे आहेत ज्याबद्दल आपल्याला काहीही माहिती नाही. शांग्री ला / शांग्री-ला व्हॅली तिबेट आणि अरुणाचल प्रदेशच्या सीमेवर आहे. ही दरी दुसऱ्या जगात जाण्याचा मार्ग आहे, असे म्हणतात. या खोऱ्याचे रहस्य काय आहे? हे खरोखर शक्य आहे का?

यह घाटी तिब्बत और अरुणाचल प्रदेश की सीमा पर है। इस घाटी को शांगरीला के साथ 'शंभला' और 'सिद्ध आश्रम' भी कहा जाता है। इस घाटी के बारे में कई जाने-माने लेखकों ने अपनी किताबों में लिखा है। यह स्थान वायुमंडल के पंचम आयाम से प्रभावित है, समय का प्रभाव नगण्य है, इस घाटी में पहुंचने पर मन, आत्मा और विचार की शक्ति एक विशेष सीमा तक बढ़ जाती है। कहा जाता है कि यह घाटी दूसरी दुनिया में जाने का रास्ता है। अगर कोई चीज या व्यक्ति इस घाटी में चला जाता है, तो उसका अस्तित्व इस दुनिया से गायब

हो जाता है। इसकी सच्चाई जानने के लिए चीनी सेना ने कई बार इस जगह को खोजने की कोशिश की लेकिन उन्हें कुछ नहीं मिला।

यह पुस्तक इस रहस्यमयी घाटी के रहस्य का पता लगाने की कोशिश करती है और यहां अमर रहने की संभावना पर सवाल पर ध्यान केंद्रित करती है।

ऋणनिर्देश, पावती

सभी ऋषियों को, प्राचीन या आधुनिक

• ix •

नांदी, प्रस्तावना

अनेक असामान्य, किंवा विशेष, ठिकाणांनी "पृथ्वीवरील नंदनवन" ही पदवी मिळविली आहे. सामान्यतः त्यांच्या नैसर्गिक सौंदर्यासाठी किंवा शांत वातावरणासाठी ओळखल्या जाणार्‍या, अशा ठिकाणांना सामान्यतः स्वर्ग कसा दिसतो याचे प्रतिनिधित्व म्हणून पाहिले जाते, परंतु "वास्तविक" स्वर्गापेक्षा वेगळी संकल्पना म्हणून, ते स्वर्गासारखेच असतात. परंतु खरोखर दैवी नसतात.

एक वगळता, कदाचित. जर स्वर्गाचे प्रवेशद्वार हे एकेकाळी खरे ठिकाण असेल आणि ते ठिकाण आजही अस्तित्वात असेल तर काय? शांग्री-लाची अशी लपलेली, काल्पनिक भूमी होती, एक पृथ्वीवरील नंदनवन जे अक्षरशः असायला हवे होते: स्वर्गाचे प्रवेशद्वार.

या स्वर्गीय स्थानाभोवती विविध पौराणिक कथा फिरतात, परंतु नावाच्या या विशिष्ट आवृत्तीचे श्रेय जेम्स हिल्टन यांनी लिहिलेल्या लॉस्ट होरायझन या कादंबरीला दिले जाते. कादंबरीत कादंबरीकार तिबेटी स्वर्ग शंभलाचे नाव बदलून शांग्री-ला ठेवतो. शांग्री-लाचे नाव आणि संकल्पना इतके प्रसिद्ध झाले आहे की आधुनिक लोक त्याचा संबंध हरवलेल्या स्वर्ग किंवा नंदनवनाशी जोडतात ज्याचा आजही अनेकजण शोध घेतात.

हे पुस्तक या विश्वातील लपलेले सत्य शोधण्याविषयी आहे जे अद्याप आपल्याला अज्ञात आहे.

1

सांग्रिलाच्या रहस्याच्या शोधात

हजारो वर्षांपासून अशी अफवा पसरवली जात आहे की तिबेटमध्ये कुठेतरी, बर्फाच्छादित हिमालयीन शिखरे आणि उजाड खोऱ्यांमध्ये, एक अस्पर्श नंदनवन आहे, एक राज्य आहे जिथे शांतता आणि वैश्विक आनंद आहे जो अवर्णनीय आहे. शंभला नावाचे राज्य. जेम्स हिल्टन यांनी 1933 मध्ये त्यांच्या "लॉस्ट होरायझन" या पुस्तकात या रहस्यमय शहराबद्दल लिहिले होते. हॉलीवूडमध्ये वाढले आणि 1960 च्या चित्रपट निर्मिती, "शांगरी-ला". इव्हन द सेलेस्टाइन प्रोफेसी हे प्रसिद्ध लेखक जेम्स रेडफिल्ड यांनी लिहिले आहे, ते "द सिक्रेट ऑफ शंभला: इन सर्च ऑफ द इलेव्हेंथ इनसाइट" नावाचे पुस्तकही लिहित आहेत. तिबेटमधील गूढ आणि गूढतेची सर्वोच्च शाखा, कालचक्रचा उगम शंभलाचे रहस्य देखील मानले जाते. शंभलाची आख्यायिका हजारो वर्षांपासून अस्तित्वात आहे. या राज्याची नोंद आपल्याला कालचक्र आणि झांग झुंग यांसारख्या प्राचीन ग्रंथांमध्ये

सापडते जी बौद्ध धर्माचा तिबेटमध्ये प्रवेश होण्यापूर्वींच अस्तित्वात होता.

बॉन ग्रंथ ओल्मोलुंगरिंग नावाच्या जवळच्या जमिनीबद्दल बोलतात. विष्णू पुराण सारख्या हिंदू ग्रंथात शंभला गावाचा उल्लेख कल्की, विष्णूचा शेवटचा अवतार, जो नवीन सुवर्णयुग (सत्ययुग) सुरू करेल याचे जन्मस्थान म्हणून करतो. त्याचा ऐतिहासिक आधार काहीही असो, शंभाला हळूहळू बौद्ध शुद्ध भूमी म्हणून दिसू लागले, एक प्रतिष्ठित राज्य ज्याचे वास्तव भौतिक किंवा भौगोलिक तितकेच दूरदर्शी किंवा आध्यात्मिक आहे. या फॉर्ममध्येच शंभला मिथक पश्चिम युरोप आणि अमेरिकेत पोहोचली, जिथे त्याचा गैर-बौद्ध तसेच बौद्ध आध्यात्मिक साधकांवर प्रभाव पडला - आणि काही प्रमाणात, सामान्यतः लोकप्रिय संस्कृती. शंभला हा शब्द संस्कृत शब्दापासून आला आहे ज्याचा अर्थ "शांतीचे ठिकाण" किंवा "शांततेचे ठिकाण" असा होतो. या राज्याला कल्प नावाची राजधानी होती आणि त्यावर कुलिका किंवा कल्की वंशाचे राजे राज्य करत होते. ही अशी जागा आहे जिथे सजीव वस्तू परिपूर्ण आणि अर्ध-परिपूर्ण भेटतात आणि संयुक्तपणे मानवतेच्या उत्क्रांतीचे मार्गदर्शन करतात. मनाने शुद्ध असणारेच या ठिकाणी राहू शकतात...

2

पाचव्या परिमाणाचे हरवलेले जग

शंभला हा एक संस्कृत शब्द आहे ज्याचा अर्थ "शांततेचे ठिकाण" किंवा "शांततेचे ठिकाण" आहे, हा एक पौराणिक नंदनवन आहे, ज्यामध्ये कालचक्र तंत्र आणि पश्चिम तिबेटमध्ये असलेल्या झ्यांग झुंग संस्कृतीच्या प्राचीन ग्रंथांसह प्राचीन ग्रंथांमध्ये बोलले गेले आहे. तिबेटी लोक बौद्ध धर्माच्या आधी होते. . , पौराणिक कथेनुसार, ही एक अशी

भूमी आहे जिथे केवळ शुद्ध अंतःकरण जगू शकते, अशी जागा जिथे प्रेम आणि शहाणपण राज्य करते आणि जिथे लोक दुःख, इच्छा किंवा वृद्धत्वापासून मुक्त असतात. शंभलाला हजार नावांची भूमी म्हणतात. याला निषिद्ध जमीन, पांढऱ्या पाण्याची भूमी, तेजस्वी आत्म्यांची भूमी, जिवंत अग्निची भूमी, जिवंत देवांची भूमी आणि चमत्कारांची भूमी असे संबोधण्यात आले आहे. हिंदू त्याला आर्यावर्त ('योग्यांची भूमी') म्हणतात; चिनी लोक ते Hsi Tien, Hsi Wang Mu चे वेस्टर्न नंदनवन म्हणून ओळखतात; आणि रशियन जुन्या विश्वासणाऱ्यांसाठी, ते बेलोव्होड्ड म्हणून ओळखले जाते. परंतु संपूर्ण आशियामध्ये, हे त्याच्या संस्कृत नावाने ओळखले जाते, शंभला, शम्बल्ला किंवा शांग्री-ला. शंभलाची आख्यायिका हजारो वर्षांपूर्वीची आहे आणि पौराणिक भूमीचे संदर्भ विविध प्राचीन ग्रंथांमध्ये आढळतात.

बॉन धर्मग्रंथ ओल्मोलुंगरिंग नावाच्या जवळच्या जमिनीबद्दल बोलतात. विष्णु पुराण सारख्या हिंदू ग्रंथात शंभला हे कल्कीचे जन्मस्थान म्हणून उल्लेख आहे, जो विष्णूचा शेवटचा अवतार होता जो नवीन सुवर्णयुग सुरू करेल. शंभलाची बौद्ध पुराणकथा ही पूर्वीच्या हिंदू मिथकाचे रूपांतर आहे. तथापि, ज्या मजकुरात शंभलाची प्रथम विस्तृत चर्चा केली आहे तो कालचक्र होय. कालचक्र म्हणजे तिबेटी बौद्ध धर्मातील एक जटिल आणि प्रगत गूढ शिक्षण आणि सराव. शाक्यमुनी बुद्धांनी शंभलाचा राजा सुचंद्राच्या विनंतीवरून कालचक्र शिकवले असे म्हणतात. कालचक्रातील अनेक संकल्पनांप्रमाणे, शंभलाच्या कल्पनेला बाह्य, अंतर्गत आणि पर्यायी अर्थ असल्याचे म्हटले जाते. बाह्य अर्थ शंभाला भौतिक स्थान म्हणून अस्तित्वात आहे असे समजतो, जरी योग्य कर्म असलेल्या व्यक्तीच तेथे पोहोचू शकतात आणि अनुभवू शकतात.

आतील आणि पर्यायी अर्थ हे स्वतःच्या शरीराच्या आणि मनाच्या (आतील) आणि ध्यानाच्या सराव (पर्यायी) संदर्भात शंभला काय दर्शवते याच्या अधिक सूक्ष्म आकलनाचा संदर्भ देते. या दोन प्रकारचे प्रतिकात्मक अर्थ सामान्यतः शिक्षकाकडून विद्यार्थ्यांकडे तोंडी दिले जातात. 14 व्या दलाई लामा यांनी 1985 मध्ये बोधगया येथे कालचक्र दीक्षेच्या वेळी नमूद केल्याप्रमाणे, शंभाला हा एक सामान्य देश नाही: जरी विशेष संबंध असलेले लोक त्यांच्या कर्म कनेक्शनद्वारे तेथे जाण्यास सक्षम असतील, तरीही ते एक भौतिक स्थान नाही. जे आपण प्रत्यक्षात शोधू शकतो. आपण फक्त असे म्हणू शकतो की ती एक शुद्ध भूमी आहे, मानवी क्षेत्रातील एक शुद्ध भूमी आहे. आणि जोपर्यंत एखाद्याला योग्यता आणि खरा कर्म संगत नसेल तोपर्यंत तो खरोखर तेथे पोहोचू शकत नाही.

तिबेटी धार्मिक शिकवणींमध्ये शंभला ही संकल्पना महत्त्वाची भूमिका बजावते आणि भविष्याबद्दल तिबेटी पौराणिक कथांमध्ये तिचा विशेष महत्त्व आहे. कालचक्र मानवजातीच्या हळूहळू अधोगतीबद्दल भाकीत करते कारण भौतिकवादाची विचारधारा पृथ्वीवर पसरत आहे. जेव्हा या विचारसरणीचे अनुसरण करणारे "असंस्कृत" दुष्ट राजाच्या हाताखाली एकत्र येतात आणि त्यांना वाटते की जिंकण्यासाठी काहीही शिल्लक नाही, तेव्हा

धुके शंभलाच्या बर्फाळ पर्वतांना प्रकट करेल. रानटी लोक भयंकर शस्त्रांनी सज्ज असलेल्या प्रचंड सैन्यासह शंभलावर हल्ला करतील. मग शंभलाचा राजा "काळ्या शक्तींचा" पराभव करण्यासाठी आणि जागतिक सुवर्णयुग सुरू करण्यासाठी मोठ्या सैन्यासह शंभलामधून बाहेर पडेल. जरी कालचक्र भविष्यातील युद्धाचे भाकीत करत असले तरी ते हिंसेला प्रतिबंध करणाऱ्या बौद्ध शिकवणींच्या प्रतिज्ञांशी संघर्ष करत असल्याचे दिसते. यामुळे काही धर्मशास्त्रज्ञांनी युद्धाचा प्रतीकात्मक अर्थ लावला आहे - कालचक्र लोकांविरुद्ध हिंसाचाराचे समर्थन करत नाही, तर तो अंतर्गत आसुरी प्रवृत्तींविरुद्ध धार्मिक अभ्यासकाच्या अंतर्गत युद्धाचा संदर्भ देतो.

3

सांग्रिला कुठे आहे?

शतकानुशतके, अनेक साधक आणि आध्यात्मिक ज्ञानाच्या साधकांनी शंभलाच्या पौराणिक नंदनवनाच्या शोधात मोहिमा आणि शोध सुरू केले आहेत आणि अनेकांनी तेथे असल्याचा दावा केला आहे, परंतु अद्याप कोणीही त्याच्या अस्तित्वाचा पुरावा दिलेला नाही. तसे करण्यास सक्षम. नकाशावर त्याचे भौतिक स्थान दर्शवा, जरी बहुतेक संदर्भ युरेशियाच्या पर्वतीय प्रदेशांमध्ये शंभाला वसवतात. प्राचीन झांग झांग ग्रंथ शंभाला हे पंजाब किंवा हिमाचल प्रदेश, भारतातील सतलज खोऱ्याशी ओळखतात. मंगोलियन लोक दक्षिण सायबेरियातील काही खोऱ्यांसह शंभला ओळखतात. अल्ताई लोककथांमध्ये, बेलुखा पर्वत हे शंभलाचे प्रवेशद्वार मानले जाते. आधुनिक बौद्ध विद्वानांचा असा निष्कर्ष आहे की शंभला हिमालयाच्या उंच भागात आहे, ज्याला आता धौलाधर पर्वत म्हणतात,

मॅक्लॉडगंजच्या आसपास. काही दंतकथा म्हणतात की शंभलाचे प्रवेशद्वार तिबेटमधील एका दुर्गम, बेबंद मठात लपलेले आहे आणि शंभला संरक्षक म्हणून ओळखल्या जाणाऱ्या प्राण्यांचे रक्षण आहे.

काही लोकांसाठी, शंभला कधीही सापडले नाही या वस्तुस्थितीचे अगदी साधे स्पष्टीकरण आहे – अनेकांचा असा विश्वास आहे की शंभला भौतिक वास्तवाच्या अगदी टोकावर आहे, या जगाला पलीकडच्या जगाशी जोडणारा पूल आहे. अनेक लोक शंभलाला मिथक आणि दंतकथेचा काल्पनिक विषय म्हणून दुर्लक्षित करतात, तर इतरांसाठी, शंभलावरील विश्वासामुळे एक दिवस हे यूटोपियन राज्य शोधण्याची आंतरिक इच्छा निर्माण होते.

4

अमर खरोखर जगतात का?

"काहीतरी लपलेले आहे. जा आणि ते शोधा. जा आणि रेंजच्या मागे पहा - रेंजच्या मागे काहीतरी हरवले आहे. हरवले आहे आणि शोधण्याची वाट पाहत आहे. जा!" -रुडयार्ड किपलिंग

केवळ लेखक रुडयार्ड किपलिंगच नाही, तर असे बरेच लोक आहेत ज्यांचा असा विश्वास आहे की जगातील सर्वात शक्तिशाली पर्वतश्रेणी, हिमालय, काही आंतर-आयामी प्राण्यांचे घर आहे. हे प्राणी एका लपलेल्या जगात राहतात - एक जग ज्यामध्ये आपल्याला प्रवेश नाही! वैदिक भौतिकशास्त्र देखील आपल्या विश्वातील बहुआयामी अवकाशांबद्दल बोलते.

यानुसार, 64 मुख्य परिमाणे आहेत, त्यापैकी, आपण तिसऱ्या परिमाणात राहतो आणि गोष्टी पाहू शकतो, परंतु आपण सार्वत्रिक वास्तवाचे इतर क्षेत्र पाहू शकत नाही. जरी आपली कल्पनाशक्ती तितकी पुढे जाऊ शकत नाही, चला चौथ्या-आयामी जीवनाबद्दल बोलूया. सध्याच्या आधुनिक विज्ञानाच्या युगात राहूनही चौथ्या परिमाणात राहणारे लोक अधिक सुसंस्कृत आणि सुखी आहेत, असे मानले जाते. अशीच एक सुसंवादी दरी चौथ्या-आयामी जगाला, शांग्री-लाला एक गूढ सुटका देते. या ठिकाणाबद्दल पहिल्यांदा ब्रिटिश लेखक जेम्स हिल्टन यांनी 1933 मध्ये त्यांच्या "लॉस्ट होरायझन" या कादंबरीत बोलले होते. त्याने या जागेचे वर्णन पृथ्वीवरील नंदनवन - एक कायमचे आनंदी ठिकाण, आपल्या जगापासून दूर गेलेले आहे. कादंबरीत, शांग्री-ला हे तिबेटच्या उंच पर्वतरांगांमध्ये स्थित एक काल्पनिक युटोपियन (तुम्हाला माहित आहे, युटोपियन!) मठ आहे. तेथे राहणारे लोक शेकडो वर्षे जगतात आणि वय खूप हळू. खरं तर, तिबेटी धर्मग्रंथ फक्त अशाच एका लपलेल्या जागेबद्दल बोलतात.

शांग्री-ला असे नाही तर खेंबलुंग असे नाव दिले आहे. 9व्या शतकात बांधलेले, हे ठिकाण ऋषींसाठी एक पवित्र स्थान मानले जाते ज्यांनी सामान्य लोकांना अधिक स्वातंत्र्य आणि जागृतीसाठी अंतर्मुख प्रवास करण्यासाठी प्रेरित करण्याची शक्ती प्राप्त केली आहे (लक्षात ठेवा, रॉबिन शर्माचे, 'जिस सेज त्याची फेरारी विकते?) . शांग्री-ला हा शब्द तिबेटी मुहावरा असल्याने, तो शांग पर्वताच्या खिंडीचा संदर्भ देतो - कदाचित, या प्रदेशात प्रवेश आहे. त्यामुळे, अनेकांचा असा विश्वास आहे की असेच एक नंदनवन खरेतर कुनलुन शान पर्वत रांगेत असावे. शांग्री ला आजच्या जगातून लोकांना आकर्षित करते, परंतु त्याची मुळे प्राचीन काळापर्यंत जातात. तिची संकल्पना शंभलाच्या प्राचीन तिबेटी दंतकथेपासून प्रेरित असल्याचे मानले जाते. शेकडो वर्षांपासून, असे मानले जाते की शंभला ही अशी जागा आहे जिथे बौद्धांच्या सर्वात पवित्र शिकवणी जतन केल्या जातात. हे एक भौतिक स्थान नाही, परंतु एक गूढ-आध्यात्मिक जग आहे. असे मानले जाते की शांग्रीलाचे रहिवासी लोभ, वासना यापासून मुक्त, शांततेच्या अस्तित्वाचे रहस्य धारण करून समाधानी जीवन जगतात. हे ठिकाण शहाणपणाचे, दयाळूपणाचे आणि आशेचे घर आहे, ज्यामध्ये मानवी दुःखाचा कोणताही मागमूस नाही. या ठिकाणी पवित्र महाल आणि तलाव आहे. हिमालयाच्या पर्वतरांगांच्या अनपेक्षित प्रदेशात वसलेले, हे ठिकाण आपल्या आवाक्याबाहेर आहे, आणि म्हणूनच, ते भौतिक सुखांच्या जगातून खरी सुटका देते. निसर्ग आणि माणूस दोघेही मोठ्या सुसंवादाने राहतात. एकमेकांशी अप्रतिम सहकार्य राखून, तेथील लोकांमध्ये रोग किंवा उपासमार पसरत नाही. तिथले लोक निरोगी दिसतात. सुंदर पांढरी वस्त्रे परिधान करून त्यांच्याकडे सर्वकाळ आनंद आणि दैवी ज्ञानाची संपत्ती असते.

शांग्री-ला, किंवा तत्सम अनेक चौथ्या-आयामी क्षेत्र, केवळ मिथकांच्या कथा आहेत, परंतु त्यांनी शेकडो वर्षांपासून तत्त्वज्ञ, गूढवादी, प्रवासी आणि अध्यात्मवादी यांच्या मनावर कब्जा केला आहे. त्याने अशा ठिकाणाला "आनंदाचा स्रोत" म्हटले आहे. त्यांचा असा

विश्वास आहे की असे लोक आहेत जे आंतर-आयामी आहेत आणि त्यांच्यासाठी परिमाणांमध्ये प्रवास करणे सोपे आहे. ते आपल्यापेक्षा श्रेष्ठ आहेत कारण त्यांच्याकडे ट्रेसशिवाय दिसण्याची आणि अदृश्य होण्याची क्षमता आहे. केवळ क्वचित प्रसंगी मानव त्यांची कल्पना करू शकतो. हिमालयीन प्रदेशात घडणाऱ्या विचित्र घटनांच्या कथा वेळोवेळी सांगितल्या जातात. 20 व्या शतकात एका भारतीय वृत्तपत्रातही एक कथा प्रकाशित झाली होती. ब्रिटीश महापौर हिमालयात तळ ठोकून असताना अचानक एक उंच विचित्र माणूस त्याच्याकडे पाहत आहे. ते पाहताच तो अचानक गायब होतो. महापौरांना खरोखरच धक्का बसला असताना, त्यांना तिबेटी लोकांकडून सामान्यपणे वागणूक दिली गेली. नंतर त्याने त्याला सांगितले की हे लोक पवित्र क्षेत्राच्या प्रवेशद्वारावर कसे पहारा ठेवतात. रशियन शास्त्रज्ञांपैकी एक, लेडी स्ट्रेलकोव्ह, असा दावा करतात की आंतरआयामी लोकांना त्यांच्या जगात मानवी हस्तक्षेप आवडत नाही.

याचा सखोल अभ्यास करण्याचा प्रयत्न करणाऱ्यांना अनेकदा दुर्दैव किंवा अपयशाला सामोरे जावे लागते. ते म्हणतात की काही शास्त्रज्ञ, ज्यांनी शंभलाबद्दल अभ्यास करण्याचा प्रयत्न केला, त्यांचा एक किंवा दुसऱ्या घटनेत दुःखद मृत्यू झाला. बरं, अशा कथांवर विश्वास ठेवणे सोपे नाही. त्यांच्यासाठी - आपल्या सर्वांप्रमाणेच - त्रि-आयामी दृष्टीकोनातून लँडस्केप पाहणे, शांग्री-ला सारखे ठिकाण फक्त स्वप्नात अस्तित्वात आहे. तथापि, अशा ठिकाणांच्या जवळ जाण्यासाठी, आपण प्रथम त्याच्या अस्तित्वावर विश्वास ठेवण्यास सुरवात केली पाहिजे आणि त्यानंतरच आपल्याला संधी मिळेल. शांग्री-लाचे हे रहस्यमय राज्य वेगवेगळ्या ठिकाणी वेगवेगळ्या नावांनी ओळखले जाते. भारतात हिंदू त्याला आर्यवर्ष म्हणतात -

ते ठिकाण जिथून पवित्र वेद येतात. सेल्ट्स त्याला एव्हलॉन म्हणून ओळखतात. ग्रीक पौराणिक कथांमध्ये, शांग्री-ला हायपरबोरिया म्हणून ओळखले जाते. तिबेटी लोकांचा असा दावा आहे की शांग्री-लाला भेट देण्यासाठी मनाचे शुद्धीकरण आवश्यक आहे. विचित्र परंतु वास्तविक लँडस्केपमधून प्रवास करताना, आत्म्याच्या जागृतीसाठी ध्यान आवश्यक आहे, सवयीचे विचार आणि पूर्वकल्पना या गूढ दृष्टीच्या मार्गात अडथळा आणणारे विचार. चौथ्या परिमाणात जीवन पाहण्याची क्षमता प्राप्त करण्यासाठी जागरूकता मर्यादित न करणे ही एक पूर्व शर्त आहे. आपण जे काही पाहतो त्यात पवित्र जाणण्याची भावना विकसित केली पाहिजे. आपल्या सभोवतालच्या पवित्र परिसराची जाणीव करून, आपण त्यांच्याशी अत्यंत आदराने आणि काळजीने वागायला शिकू. अशाप्रकारे, आपल्याला या भव्य सौंदर्याच्या ठिकाणाजवळ जाण्याची संधी आहे. 1985 मध्ये, कालचक्र उत्सवात, दलाई लामा यांनी उद्धृत केले: "जरी विशेष संबंध असलेले लोक त्यांच्या कर्माच्या संबंधातून तेथे जाण्यास सक्षम असले तरीही, ते अद्याप एक भौतिक स्थान नाही जे आपल्याला प्रत्यक्षात सापडेल. आम्ही फक्त असे म्हणू शकतो की ते ही एक शुद्ध भूमी आहे, मानवी क्षेत्रांतील एक शुद्ध भूमी आहे. आणि जोपर्यंत योग्यता आणि वास्तविक कर्म सहवास नसेल, तोपर्यंत माणूस तेथे पोहोचू शकत नाही."

दुःखमुक्त ठिकाणाचा सतत शोध, आणि जे ज्ञान, दयाळूपणा आणि निसर्ग आणि इतर मानवांशी सुसंगततेचे घर आहे, शेकडो वर्षांपासून तत्त्वज्ञानी, गूढवादी, प्रवासी आणि

अध्यात्मवादी यांच्या मनावर कब्जा केला आहे.

5

शांग्री-ला म्हणजे काय? रहस्य आणि ज्ञान

शांग्री-ला हे एक पौराणिक युटोपियन गाव आहे जे हिमालय पर्वताच्या अनपेक्षित प्रदेशांमध्ये खोलवर आहे. जरी या शब्दाची उत्पत्ती 1930 च्या दशकात झाली असली तरी ही संकल्पना शंभला आणि ईडन गार्डन सारख्या प्राचीन परेड सारखीच आहे. रहिवासी शेकडो वर्षे जगले, पारंपारिक बौद्ध मार्गांचे पालन केले, भौतिकवाद आणि इतर पाश्चात्य प्रभावांपासून मुक्त आणि निसर्गाशी सुसंगतपणे अस्तित्वात असल्याचे म्हटले जाते. सूत्रांनी दिलेल्या माहितीनुसार, उंच शिखरांच्या मर्यादेत लपलेल्या गावात एक पवित्र महाल आणि तलाव आहे.

स्रोत

शांग्री-ला हा शब्द 1933 मध्ये प्रकाशित झालेल्या जेम्स हिल्टनच्या लॉस्ट होरायझन या कादंबरीवर आधारित आहे. ही कथा शंभलाच्या प्राचीन तिबेटी दंतकथेतून आली असावी. तथापि, 1580 च्या दशकात, पाश्चात्य जगाने प्रथम शंभला किंवा शांग्री-ला प्रकारच्या स्वर्गाचा उल्लेख ऐकला. तत्कालीन युरोपियन प्रवाशांचे सम्राट अकबराच्या दरबारात स्वागत केले गेले आणि पौराणिक यूटोपियाबद्दल सर्व ऐकले.

स्थान

आशियातील सर्वात लांब पर्वतश्रेणींपैकी एक असलेल्या कुनलुन पर्वतांमध्ये स्वर्ग असू शकतो असे सूत्रांनी सुचवले आहे. जिन राजवंशात, 265 ते 420 ईसापूर्व, चीनी कवी ताओ युआनमिंग यांनी शांग्री-ला सारख्याच ठिकाणाचा उल्लेख केला आहे. त्याच्या कथेत, एका मच्छिमाराला त्याची बोट एका रहस्यमय ग्रोटोच्या खालून गेल्यानंतर एका निर्जन, हिरव्यागार भागात राहणाऱ्या लोकांचा समूह सापडतो. गावकरी दयाळू होते आणि त्यांनी मच्छिमाराचे त्यांच्या आनंदी घरी स्वागत केले. 2001 मध्ये, अधिक पर्यटकांना आकर्षित करण्यासाठी या भागाचे शांग्री-ला असे नामकरण करण्यात आले. लेखकांनी हुंझा व्हॅलीला नंदनवनाचे आणखी एक संभाव्य ठिकाण म्हणूनही दावा केला आहे. हे हिल्टनच्या पुस्तकाचा आधार होता, परंतु या प्रदेशात तिबेटी प्रभाव नसल्यामुळे ते कमी उमेदवार आहे. 1920 आणि 30 च्या दशकात, एक नॅशनल जिओग्राफिक रिपोर्टर युनमन प्रांत, चीनमधील परिसरात राहत होता आणि त्याने लश कॅनियनचे लेख आणि छायाचित्रे सादर केली.

काही स्रोतांनुसार हे आणखी एक संभाव्य शांग्री-ला देखील असू शकते. हिल्टनच्या लॉस्ट होरायझन या कादंबरीत, लपलेली शांग्री-ला ही एक लामारी आहे ज्याचे अध्यक्ष 200 वर्ष जुने साधू होते आणि कथितरित्या कुनलुन पर्वतांमध्ये स्थित आहे. रहिवासी शांततापूर्ण जीवन जगले, पैसा किंवा लोभापासून मुक्त होते आणि त्यांच्या प्राचीन संस्कृतीची रहस्ये ठेवली. महामंदीच्या परिणामांमुळे ही कादंबरी लोकप्रिय झाली असावी, ज्यामुळे वाचकांना आशा आणि सुटकेचे साधन मिळते. काही आतल्या लोकांच्या मते, पुस्तकाची एक प्रत त्या वेळी कॅम्प डेव्हिडमध्ये देखील सापडली. शंभलाच्या हरवलेल्या, पौराणिक राज्यांच्या कथा लॉस्ट होरायझनच्या खूप आधीच्या आहेत. शेकडो वर्षांपासून, हिमालयातील एका ठिकाणाच्या बौद्ध शिकवणींमध्ये कथा अस्तित्वात आहेत जिथे बौद्धांच्या सर्वात पवित्र शिकवणी जतन केल्या जातात. हे भौतिक, स्थानापेक्षा अधिक आध्यात्मिक मानले जाते आणि शंभला म्हणून ओळखले जाते.

आघर्टी आघार्टी, किंवा आघर्टा, हिमालयात वसलेल्या एका लपलेल्या भूमिगत शहराच्या पोकळ पृथ्वी सिद्धांताप्रमाणेच एक आख्यायिका आहे. अलेक्झांड्रे सेंट-यवेस डी'अल्व्हेद्रे या फ्रेंच जादूगाराने अघार्ताबद्दल लिहिले. पौराणिक साम्राज्यात अतिशय प्रगत तंत्रज्ञान असल्याचे मानले जात होते. प्रसिद्ध थिऑसॉफिस्ट मॅडम ब्लाव्हत्स्की यांनी नंतर आघार्त बोगद्यातून शंभलापर्यंत पोहोचता येईल असा दावा करून कथेला पुढे केले. आधुनिक संदर्भ शांग्री-ला हे शनीच्या चंद्राच्या, टायटनच्या एका गडद भागाचे नाव आहे, जो

द्रव हायड्रोकार्बन्सने भरलेला आहे. हे टायटन आणि पृथ्वीच्या समानतेचे आणखी एक चिन्ह असल्याचे म्हटले जाते आणि कदाचित आपल्या स्वतःच्या ग्रहाबाहेर शांग्री-लाची आशा देते! हिल्टनच्या कादंबरीच्या स्तुतीनंतर, त्याच नावाने एक चित्रपट बनवला गेला आणि 1937 मध्ये तो खूप हिट झाला. अलीकडच्या चित्रपटांमध्येही थीम वापरली गेली आहे; उदाहरणार्थ, स्काय कॅप्टन आणि द वर्ल्ड ऑफ टुमारो मधील पात्रे शांग्री-ला मध्ये स्वतःला शोधण्यासाठी जागे होतात. अनेक टीव्ही मालिकांनी लपलेल्या स्वर्गाची संकल्पना, तसेच विविध पुस्तके आणि गाणी वापरली आहेत. युटोपिया हा शब्द लॅटिन भाषेतून आला असून त्याचा अर्थ जागा नाही. हे युटोपिया, शंभला, ईडन किंवा शांग्री-लाचे एक आवश्यक घटक आहे. जर ते सापडले तर ते अभ्यागतांनी भरले जाईल आणि त्याचे आवश्यक यूटोपियन गुण गमावतील. कदाचित, अनेक पौर्वात्य तत्त्वज्ञान म्हटल्याप्रमाणे, आपण स्वतःमध्ये ही आनंदी ठिकाणे शोधू शकतो.

आशिया ट्रान्सपॅसिफिक जर्नीजचे ख्रिस डनहॅम उन्हाळ्याच्या उत्तरार्धात खंपा हॉर्स फेस्टिव्हल, तीन दिवसांचे सण, गाणी आणि घोडेस्वारीचे कार्यक्रम आयोजित करतात. बहुतेक प्रवासी शांग्री-लाचे मुख्य शहर डिकिंग आणि त्याच्या आसपास राहतात, जे प्राचीन चहाच्या व्यापाराच्या मार्गावर पूर्वीचे केंद्र होते.

पार्थिव स्वर्ग. अवर्णनीय सौंदर्याचे ठिकाण. बाहेरच्या जगापासून तुटलेला बंद समुदाय. एक पर्वतीय यूटोपिया जिथे स्त्री आणि पुरुष सुसंवादाने राहतात, वेळ आणि इतिहासाच्या विध्वंसाने अस्पर्शित. ब्रिटीश लेखक जेम्स हिल्टन यांनी कल्पना केल्याप्रमाणे हे शांग्री-लाचे तपशील आहेत. हिल्टनने त्यांच्या लॉस्ट होरायझन या कादंबरीत शांग्री-ला हे नाव दिले, जे 1933 मध्ये प्रथम प्रकाशित झाले. जेव्हा ते पौराणिक ठिकाणाची कल्पना करण्याचा प्रयत्न करतात तेव्हा त्यांचे वर्णन बहुतेक लोक अजूनही कल्पना करतात.

हिल्टन कधीही तिबेट किंवा कुनलुन पर्वतावर गेली नव्हती, परंतु काहीजण म्हणतात की नॅशनल जिओग्राफिक मासिकासाठी जोसेफ रॉकच्या लेखनामुळे तिला तिची कादंबरी या प्रदेशात सेट करण्याची प्रेरणा मिळाली. शांग्री-ला ला भेट देण्याचे आकर्षण इतके शक्तिशाली होते की लोक विचार करू लागले की हे पौराणिक नंदनवन खरे आहे का. वर्षानुवर्षे, हिल्टनच्या कादंबरीत वर्णन केलेल्या समुदायाशी पूर्व आशियातील एक पर्वतीय माघार ओळखली गेली. मिथक एक वास्तविक गंतव्य मध्ये बदलले. हिल्टनच्या कादंबरीत शांग्री-लाचा शोध घेण्यात आला असला तरी, पृथ्वीवरील नंदनवनाची कल्पना करणारा तो पहिला नव्हता. शतकानुशतके, पृथ्वीवरील हरवलेल्या नंदनवनाच्या मिथकाचा मानवी कल्पनेवर ऐतिहासिक प्रभाव पडला आहे. सेल्टिक, सुमेरियन आणि तिबेटी बौद्ध शिकवणी अशा ठिकाणाविषयी बोलतात, जसे की मुघल सम्राट अकबराच्या दरबारात सांगितलेल्या कथा. उत्पत्तीमध्ये, बायबल आपल्याला पृथ्वीवरील नंदनवनाचे दर्शन देते: ईडन नावाची बाग. पतन झाल्यापासून, मानवजात हरवलेल्या नंदनवनाची आकांक्षा बाळगून आहे कारण आपल्या निर्माणकर्त्यापासून आपल्याला वेगळे करणाऱ्या पापामुळे. शांग्री-लाचे रहस्यमय आवाहन शांग्री-लाचे स्थान, किमान कार्टोग्राफिक अर्थाने, यापुढे संदिग्ध राहिलेले नाही. 2001 मध्ये, पर्यटनाला चालना देण्यासाठी, झोंगडियन शहराचे नाव बदलून शांग्री-ला केले. हे शहर हिल्टनने कल्पना केलेल्या परिसरात आहे. आता शांग्री-ला अधिकृतपणे "नकाशावर" असल्याने देशांतर्गत पर्यटन वाढत आहे. प्रसिद्ध अभिनेते हेलिकॉप्टरने दाखल झाले आहेत. पर्यटकांचा ओघ पूर्ण करण्यासाठी बार आणि स्मरणिका दुकाने उघडली आहेत. हा प्रदेश आपले गूढ आकर्षण कायम ठेवतो कारण, अनेक मार्गांनी, त्याला भेट दिल्यास आपण वेळेत मागे गेल्यासारखे वाटते. शांग्री-लाचे जुने शहर पूर्वीच्या काळासारखे दिसते. काही वर्षांपूर्वी, जुने शहर जळून खाक झाले आणि त्यातील बरेचसे पुनर्निर्माण करावे लागले. संध्याकाळी, पुरुष आणि स्त्रिया पारंपरिक तिबेटी शैलीत नृत्य करण्यासाठी मुख्य शहराच्या चौकाच्या बाजूला एका लहान चौकात जमतात. भव्य बर्फाच्छादित पर्वत आणि प्रतिष्ठित तिबेटी मंदिर आणि शहराकडे दिसणाऱ्या टेकडीवरील लामासेरी गूढ आभास वाढवतात. लामासेरी हा तिबेटी लामा किंवा भिक्षूंचा मठ आहे. हा प्रदेश पूर्व आशियातील सर्वोच्च पर्वतश्रेणींपैकी एक आहे. कावागारचो चढण्याच्या प्रयत्नात सतरा चीन-जपानी गिर्यारोहक मारले गेल्यानंतर, सरकारने गिर्यारोहकांसाठी पर्वत बंद केला. तिबेटी बौद्ध हे शिखर पवित्र मानतात. स्वर्गातील जीवनातील गडद वास्तव शांग्री-ला ईडन नाहीत. हे पृथ्वीवरील नंदनवन परिपूर्णतेपासून रहित आहे. अनेक तिबेटीयन बौद्ध ज्या भागात राहतात तो परिसर सुंदर असला तरी स्थानिक लोकांवर त्याचा परिणाम होतो. हिल्टनच्या कादंबरीतील अनैसर्गिक तरुण रहिवाशांच्या तुलनेत शरीराचे वय, बहुतेक वेळा अकाली. तिबेटी लोकांच्या परिभाषित सुरकुत्या आणि खवलेयुक्त त्वचा या अत्यंत वातावरणात टिकून राहण्याच्या अडचणीची साक्ष देतात. उच्च उंचीमुळे वृद्धत्वाची प्रक्रिया वेगवान होते. आणि उच्च उंचीवर जन्मलेल्या मुलांना अनेकदा जन्मजात हृदयविकार असतात. कदाचित

हिल्टनने तिच्या कादंबरीसाठी तिबेटी प्रदेश निवडला कारण त्याबद्दल अनेक पाश्चात्यांचा गोंधळ आहे.

तिबेटी लोक बौद्ध धर्माला एक आनंदी, सामंजस्यपूर्ण विश्वास म्हणून स्थान देतात जे ध्यान आणि सद्भावना यावर केंद्रित आहे. बहुतेक लोकांना अंधाराची खोली - आध्यात्मिक दडपशाही आणि राक्षसी प्रभाव - हे लक्षात येत नाही - जे हिमालयात लपलेले आहे. शांग्री-ला हे जगातील सर्वात मोठे प्रार्थना चाक आहे. वयोवृद्ध पुरुष आणि स्त्रिया त्यांच्या दिवसाचा बराचसा वेळ प्रार्थना चाकांमध्ये फिरण्यात आणि स्तूपांना प्रदक्षिणा घालण्यात घालवतात, जे धार्मिक अवशेष असलेल्या ढिगाऱ्याच्या आकाराच्या रचना आहेत. थंड वातावरणातही लोक पहाटे पहाटे पवित्र मानल्या जाणाऱ्या संस्कृतमधील मंत्रांचे पठण करतात. तिबेटी बौद्ध त्यांचे भवितव्य आणि भविष्याबाबत अनिश्चिततेत जगतात. मंत्रांच्या पठणाचा मागोवा ठेवण्यासाठी ते प्रार्थना मणी वापरतात. स्तूपांची प्रदक्षिणा करताना काही वेळा स्त्री-पुरुष प्रणाम करतात. त्याची भक्ती निर्वाणापर्यंत पोहोचण्यासाठी आणि त्याच्या पापांचे प्रायश्चित करण्यासाठी पुरेशी आहे का? ते केव्हा पुरेसे होईल? अनंतकाळच्या या बाजूला, त्यांच्याकडे उत्तर नाही. उत्तराच्या अनुपस्थितीत, तिबेटी बौद्ध कार्य-आधारित धर्माने बांधलेले आहेत.

6

मॅडम ब्लावात्स्की आणि शांग्रीला

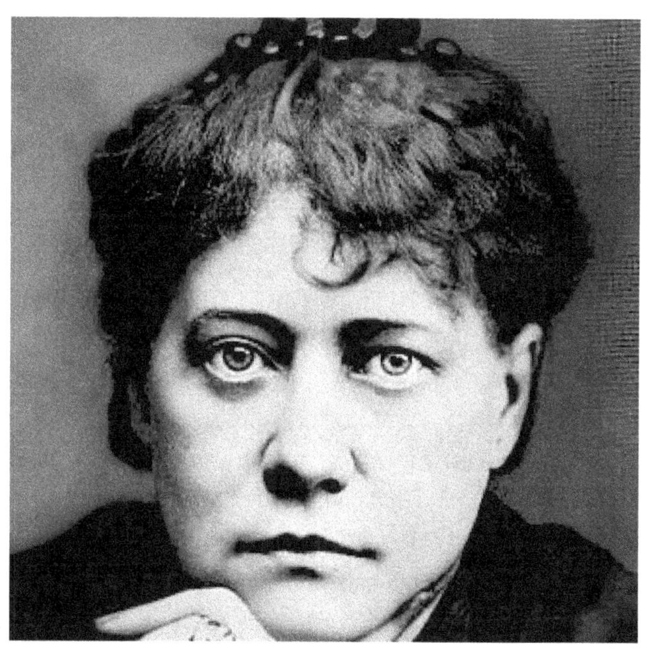

मॅडम ब्लावात्स्की

ऑक्टोबर 1874 मध्ये, मॅडम ब्लाव्हत्स्की नावाची एक रशियन महिला व्हरमॉंटमधील चिटेंडेन येथील शेतात आली. ही सामान्य देशाची वाटचाल नव्हती: त्याने एडी ब्रदर्सच्या

शेतात प्रवास केला होता, जिथे, अनेक महिन्यांपासून, साक्षीदारांनी विचित्र अलौकिक घटनांबद्दल सांगितले होते जे जवळजवळ रात्री घडत होते. मृतांचे आत्मे प्रकट होतील, आणि भाऊ—दोन्ही मानसिक माध्यम असल्याचा दावा करणारे—स्तब्ध झालेल्या प्रेक्षकांसमोर उडून जातील.

ब्लाव्हत्स्कीच्या आगमनानंतर अलौकिक क्रियाकलापांमध्ये मोठी वाढ झाली. धुराच्या धुंदीत गायब होण्याआधी अस्तित्वात नसलेल्या वाद्य वाद्यांवर भुताटकीचे सूर वाजवणाऱ्या एका रशियन महिलेच्या भुताटकीचे दर्शन दूरच्या प्रदेशातून आले.

ते 1874 सत्र हे पहिले किंवा शेवटचे नव्हते जेव्हा ब्लाव्हत्स्की अलौकिकदृष्ट्या जिज्ञासूंना कुतूहल निर्माण करेल — आणि तेव्हापासून ती ध्रुवीकृत झाली आहे. थिऑसॉफिकल चळवळीच्या नंतरच्या नेत्याने तिला मदत केली, विल्यम किंग्सलँड यांनी तिचे वर्णन "तिच्या वयातील सर्वात उल्लेखनीय तसेच सर्वात उल्लेखनीय स्त्री" असे केले. याउलट, सोसायटी फॉर सायकिकल रिसर्चने त्याला "इतिहासातील सर्वात निपुण, कल्पक आणि मनोरंजक ढोंग करणारा" म्हणून संस्मरणीयपणे डिसमिस केले.

मॅडम ब्लाव्हत्स्की बनत आहे

हेलेना पेट्रोव्हना वॉन हॅनचा जन्म 1831 मध्ये येकातेरिनोस्लाव्ह (आता युक्रेनमधील डनिप्रो) या रशियन शहरात एका संपन्न कुटुंबात झाला. तिच्या बहिणीच्या नंतरच्या आठवणींनुसार, तरुण हेलेना ही एक अविचल आणि प्रबळ इच्छा असलेली मूल होती ज्याला लहानपणापासूनच जादूमध्ये रस होता. तिची बर्निंग बॉयर्क नावाच्या प्राचीन गूढवादीशी मैत्री होती असे म्हटले जाते, ज्याने तिच्या कुटुंबाला सांगितले की, "तिच्यासाठी खूप छान गोष्टी आहेत."

हेलेनाने निकिफोर व्लादिमिरोविच ब्लावात्स्की या रशियन जनरलशी तिच्या वयाच्या तिप्पट लग्न केले, जेव्हा ती अवघ्या १७ वर्षांची होती. हेलेना ब्लाव्हत्स्की कॉन्स्टँटिनोपलला पळून गेल्यावर हे अल्पायुषी संघटन होते. पुढील चतुर्थांश शतकात काय घडले याचे तपशील विरळ आहेत. ब्लाव्हत्स्कीच्या घटनांच्या स्वतःच्या रॅम्बलिंग आवृत्तीशिवाय इतरांवर अवलंबून राहण्यासाठी फारसा कागदोपत्री पुरावा नाही - आणि ती कधीही सर्वात विश्वासार्ह कथाकार म्हणून ओळखली जात नव्हती.

त्यांनी ज्ञानाच्या शोधात जगभर प्रवास केल्याचा दावा केला. यात आध्यात्मिक ऋषी किंवा गुरुंसोबत अभ्यास करण्यासाठी तिबेटची जीवन बदलणारी सहल समाविष्ट होती. त्यानंतर, नंतरच्या थिओसॉफिकल ग्रंथांनुसार, त्याला प्रथम आध्यात्मिक ज्ञानाचा संदेश पाश्चात्य जगापर्यंत पोहोचवण्याचे कार्य देण्यात आले.

1873 च्या उन्हाळ्यात मॅडम ब्लाव्हत्स्की तिबेटमध्ये शोधलेल्या आध्यात्मिक सत्यांचा प्रसार करण्याच्या उद्देशाने न्यूयॉर्कमध्ये आल्या. ती निश्चितपणे योग्य वेळी आली: मुख्य प्रवाहातील धर्माच्या दीर्घकालीन विश्वासांना नवीन वैज्ञानिक शोधांद्वारे आव्हान दिले जात होते. अध्यात्मवाद, ज्याने जिवंत व्यक्तींना अध्यात्मिक अभ्यासाद्वारे

मृतांशी संवाद साधण्याची स्पष्ट संधी दिली होती, हा एक विशेष लोकप्रिय पर्याय सिद्ध करत होता.

थिऑसॉफिकल सोसायटीचा उदय

ब्लाव्हत्स्की प्रथम कर्नल हेन्री स्टील ऑल्कोट यांना भेटले, एक सन्माननीय वकील आणि गृहयुद्धातील दिग्गज, एका वर्षानंतर वरमॉंट सत्रात. द पीपल फ्रॉम द अदर वर्ल्डमध्ये, ऑल्कोट आठवते की तो एडी बंधूंच्या शेतात साक्ष देण्यासाठी गेला होता आणि त्यांना सांगण्यात आले की तेथे विचित्र घटना घडत आहेत. त्यांनी दोन दशकांहून अधिक काळ गूढ पद्धतींचा तपास केला होता. पण तो याआधी ब्लाव्हत्स्कीसारखा कोणाला भेटला नव्हता, ज्याला त्याने त्याच्या आतल्या वर्तुळातील इतरांसह HPB म्हटले होते. पौर्वात्य धर्मांबद्दलचे त्यांचे ज्ञान त्यांच्याशी एक विशेष जोडलेले आहे, कारण यामुळे त्यांना या सर्वांमागील गूढ तत्त्वज्ञानाचा अभ्यास करण्याची संधी मिळाली. त्याने नंतर लिहिले, "थोडे-थोडे, HPB ने मला पूर्वकडील अनुयायांचे अस्तित्व आणि त्यांची शक्ती प्रगट केली आणि मला निसर्गाच्या गुप्त शक्तींवर स्वतःच्या नियंत्रणाचे अनेक पुरावे दिले."

1875 मध्ये, ब्लाव्हत्स्की आणि ओलकॉट यांनी थिऑसॉफिकल सोसायटीची स्थापना केली. थिऑसॉफीचे अनुयायी - म्हणजे "दैवी ज्ञान" - जगातील धर्मांच्या तुलनात्मक अभ्यासाद्वारे आणि निसर्गाच्या सार्वभौमिक नियमांच्या शोधाद्वारे अधिक आध्यात्मिक समज प्राप्त करून सामान्य मानवी चेतनेच्या पलीकडे जाण्याचा प्रयत्न करतात. जर त्या प्रकारची विचारसरणी त्या काळासाठी पुरेशी प्रगतीशील नसेल, तर थिऑसॉफिकल सोसायटीने "वंश, पंथ, लिंग, जात किंवा रंग भेद न करता मानवतेच्या वैश्विक बंधुत्वाचा" प्रचार करून धर्मांधता संपवण्याचा प्रयत्न केला. (तथापि, ब्लाव्हत्स्कीच्या काही लेखनाने, तसेच आर्यांचा स्वास्तिकाशी असलेला संबंध, 20 व्या शतकाच्या सुरुवातीस युरोपमधील पांढर्‍या वर्चस्ववादी गटांवर प्रभाव पाडला.)

ब्लाव्हत्स्कीचे पुस्तक, Isis Unveiled, तिने लिहिलेल्या अनेक लांबलचक पुस्तकांपैकी पहिले पुस्तक होते जे तिच्या मृत्यूनंतरही खूप लोकप्रिय राहिले. ऑल्कोट आणि थॉमस एडिसन यांसारख्या प्रतिष्ठित व्यक्तींचा पाठिंबा मिळण्याचे भाग्य तिला लाभले. त्यांनी तिच्या कामाला अत्यंत आवश्यक छद्म-श्रद्धेची हवा दिली, कारण त्यात काही आश्चर्यकारक दावे समाविष्ट आहेत: ब्लाव्हत्स्कीने आग्रह धरला की ती असाधारण अलौकिक पराक्रम करण्यास सक्षम आहे कारण ती

आगरती, किंवा आघर्टा, हिमालयात वसलेल्या एका लपलेल्या भूमिगत शहराच्या पोकळ पृथ्वी सिद्धांताप्रमाणेच एक आख्यायिका आहे. अलेक्झांड्रे सेंट-यवेस डी'अल्व्हेड्रे या फ्रेंच जादूगाराने आगर्थाविषयी लिहिले. पौराणिक साम्राज्यात खूप प्रगत तंत्रज्ञान होते असे मानले जाते. प्रख्यात थिऑसॉफिस्ट मॅडम ब्लाव्हत्स्की यांनी नंतर आघार्त बोगद्यातून शंभलापर्यंत पोहोचता येईल असा दावा करून कथा पुढे केली.

7

ज्ञानगंज आणि सांग्रिला?

तिबेट हा ग्रहावरील सर्वात सुंदर आणि अस्पष्ट प्रदेशांपैकी एक आहे. हा दुर्गम प्रदेश केवळ साहसप्रेमींनाच आकर्षित करत नाही तर प्रवासी देखील आकर्षित करतो जे त्यांच्या जीवनातील अस्तित्वाचा सखोल अर्थ शोधण्याच्या उद्देशाने मार्गदर्शन करतात. गेल्या शतकापर्यंत गूढ आणि अत्यंत दुर्गम, तिबेट अजूनही मोठ्या प्रमाणात अज्ञात आणि अनपेक्षित आहे. या हिमालयीन प्रदेशाला अधिक वैचित्र्यपूर्ण बनवणारी गोष्ट म्हणजे त्याच्याशी निगडित विविध दंतकथा आणि दंतकथा. अशाच एका मिथकाने अनेक लोकांचे लक्ष वेधून घेतले आहे, ज्यामुळे विविध वादविवाद, तपासणी आणि पुस्तके झाली आहेत.

ज्ञानगंजची आख्यायिका

हिमालयाच्या गूढ दऱ्यांमध्ये कुठेतरी खोलवर ज्ञानगंज आहे, ही अमरांची भूमी आहे. ज्ञानगंज हे रहस्यमय अमर प्राण्यांचे वास्तव्य असलेले नगर-राज्य आहे, जे जेव्हा आवश्यक असेल तेव्हा मानवी अस्तित्वावर सूक्ष्मपणे प्रभाव टाकतात अशी पौराणिक धारणा आहे. कोणत्याही वाईट कर्मापासून मुक्त असलेले महान ऋषीच मानसिक अडथळे आणि परिमाण पार करून या आध्यात्मिक भूमीत स्थान मिळवू शकतात. या पौराणिक

राज्याचे अचूक स्थान अज्ञात आहे कारण असे मानले जाते की ज्ञानगंजने स्वतःला मानवांपासून तसेच मॅपिंग तंत्रज्ञानापासून कृत्रिमरित्या लपवले आहे. काहींचा असाही विश्वास आहे की ज्ञानगंज वास्तविकतेच्या एका वेगळ्या विमानात अस्तित्वात आहे आणि त्यामुळे उपग्रहांद्वारे शोधले जाऊ शकत नाही.

ज्ञानगंजचा उल्लेख केवळ हिंदू पुराणातच नाही तर बौद्ध धर्मातही आहे. या दंतकथेची मुळे तिबेटमध्येही सापडतात. तिबेटमध्ये, हे खगोलीय राज्य 'शंबाला' म्हणून ओळखले जाते, हा संस्कृत शब्द आहे ज्याचा अर्थ "आनंदाचा स्रोत" आहे. बौद्धांचा असा विश्वास आहे की शंभला जगातील गुप्त आध्यात्मिक शिकवणींचे रक्षण करते. या पौराणिक भूमीवर कसे पोहोचायचे याचे निर्देश काही प्राचीन बौद्ध धर्मग्रंथांमध्ये दिलेले आहेत, तथापि, दिशा अस्पष्ट आहेत. ज्ञानगंज मृत्यूच्या नियमांचे उल्लंघन करते असा बौद्धांचाही विश्वास आहे. या अमर भूमीत कोणीही मरत नाही आणि चैतन्य सदैव जगते. शंभाला आणि शांग्री-ला म्हणूनही ओळखले जाते.

ज्ञानगंजची संकल्पना

प्राचीन ग्रंथ आणि मान्यतेनुसार, ज्ञानगंज आठ पाकळ्या असलेल्या कमळाच्या रचनेसारखे दिसते. हे बर्फाच्छादित पर्वतांनी वेढलेले आहे. स्वर्ग, पृथ्वी आणि अंडरवर्ल्ड यांना जोडणारा जीवन वृक्ष त्याच्या केंद्रस्थानी उभा आहे. हे एक चमकणारा क्रिस्टल म्हणून वर्णन केले आहे. त्याचे रहिवासी अमर आहेत जे जगाच्या नशिबाचे मार्गदर्शन करण्यासाठी जबाबदार आहेत. या गूढ अवस्थेत राहून ते सर्व धर्म आणि श्रद्धा यांच्या आध्यात्मिक शिकवणींचे संरक्षण आणि पालनपोषण करतात. त्यांचे ज्ञान इतरांना देऊन ते मानवजातीच्या भल्यासाठी नशिबावर प्रभाव पाडण्यासाठी सूक्ष्मपणे कार्य करतात. तिबेटी बौद्धांचा असा विश्वास आहे की जगातील मोठ्या अराजकतेच्या काळात, या अध्यात्मिक भूमीचा 25 वा शासक या ग्रहाला एका चांगल्या युगात घेऊन जाईल.

ग्यानगंज किंवा शंभलाचे वर्णन करण्यास सांगितले असता, दलाई लामा यांनी स्पष्ट केले की ते लोक शोधू शकतील असे भौतिक स्थान नाही. तो स्वर्ग नसून मानवी क्षेत्रातील एक शुद्ध भूमी आहे. कर्मिक संबंध हा या भूमीवर जाण्याचा एकमेव मार्ग आहे. हिमालयातील अमर प्राण्यांनी वसलेले हे शहर आणि तेथील रहिवासी प्रार्थना आणि ध्यानाद्वारे जगाच्या नशिबाचे सूक्ष्म मार्गदर्शन करतात. ते जगाच्या आध्यात्मिक शिकवणी, सर्व श्रद्धा आणि श्रद्धा यांचे रक्षण करून मानवजातीच्या भल्यासाठी कार्य करतात.

एक अध्यात्मिक गुरु, गुरु साई काकांनी एकदा अध्यात्मिक आणि अमर शिकवणी प्राप्त करण्यासाठी ज्ञानगंजच्या प्रवासाबद्दल जगाला सांगितले. त्यांच्या कथनानुसार, त्यांच्या प्रत्येक प्रवासादरम्यान, एक ऋषी त्यांना ज्ञानगंजकडे घेऊन जात होते आणि हे

राज्य पूर्णपणे भिन्न स्तरावर किंवा उच्च परिमाणात अस्तित्वात आहे. ज्ञानगंजचे आणखी एक अभ्यागत, एल.पी. 1942 मध्ये ग्यानगंजचा अनुभव घेतल्याचा दावा करणारे ब्रिटीश सैन्य अधिकारी फॅरेल.

ज्ञानगंजच्या कथा जरी मनमोहक, वरवरच्या आणि पौराणिक वाटत असल्या, तरी त्याच वेळी नकारात्मकता, युद्ध आणि निर्दयतेने भरलेल्या जगात, समांतर जगात कुठेतरी असे एक स्थान आहे की जिथे लोक खरोखर नैतिक आहेत. तेथे आहेत आणि आम्हाला मार्गदर्शन, प्रभाव आणि संरक्षण करण्यासाठी हळूहळू कार्य करत आहेत.

महर्षी महताप

ते या संस्थेचे प्रमुख आहेत. स्वामी विशुद्धानंद यांच्या मते त्यांचे वय एक हजार चारशे वर्षांपेक्षा जास्त आहे. त्याचे शरीर अन्न, पाणी आणि हवा या भौतिक गरजांच्या पलीकडे आहे आणि ते उदात्त आणि दिव्य झाले आहे. काळ आणि जागेच्या मर्यादा त्यांनी ओलांडल्या आहेत. तो त्याच्या इच्छेनुसार कोणत्याही 'लोक' (जगात) प्रवास करू शकतो. तो आश्रमात राहत नाही, तर तिबेटच्या डोंगररांगांमधील एका गुहेत राहतो. त्या गुहेत 'राज-राजेश्वरी देवीची' मूर्ती बसवलेली आहे, म्हणून ती गुंफा 'राज-राजेश्वरी मठ' म्हणून ओळखली जाते. शेजारी झोपड्या नाहीत आणि मठात (मठ) राहणाऱ्या योगींनी सर्व दरवाजे किंवा घरांची गरज पार केली आहे. हिमालयाच्या त्या भागात ज्ञानगंज योगाश्रमासारखे अनेक मठ आहेत. हे सर्व राज-राजेश्वरी देवीच्या प्रशासकीय अखत्यारीत आहेत. महर्षि महातप कोणत्याही विशिष्ट मठात कायमस्वरूपी राहत नाहीत. कधी तो ज्ञानगंज योगाश्रमात जातो तर कधी मनोहर-तीर्थावर जाऊन आपल्या गुरुमाता 'क्षेपा-माई'ला नतमस्तक होतो. तो सर्व वेळ एक प्रकारचा मूर्ख असतो आणि त्याला जास्त बोलण्याची सवय नसते. ज्ञानगंज योगाश्रमात राहणारे त्यांचे अनेक शिष्य शेकडो वर्षांचे आहेत. त्यापैकी प्रमुख आहेत परमानंद स्वामी भृगुराम, निमानंद, श्यामानंद आणि ज्ञानानंद.

स्वामी भृगुराम परमहंस

त्यांचे वय पाचशेहून अधिक असून योगाच्या पंक्तीत ते महर्षी महातपांचे प्रमुख शिष्य आहेत. ते आश्रमातील योग विद्याशाखेचे प्रमुख आहेत. स्वामी विशुद्धानंद यांनी थेट त्यांच्याकडून योग प्रशिक्षण घेतले. राजा-राजेश्वरी देवीच्या अखत्यारीत येणाऱ्या सर्व मठांचे ते मुख्य प्रशासक आहेत. त्यांची देखभाल, कायदा व सुव्यवस्था राखणे, तपासणी, परीक्षांचे आयोजन आणि पर्यवेक्षण यासाठी तो पूर्णपणे आणि पूर्णपणे जबाबदार आहे. व्यथित आत्म्यांच्या मनःपूर्वक प्रार्थना-लहरी त्वरित त्याच्या कानात अडकतात आणि मानवी रूपात त्याच्यासमोर ताबडतोब येण्याची क्षमता त्याच्याकडे आहे. स्वामी भृगुराम परमहंस यांना शिष्यांच्या मनाच्या अंतरंगात विनाअडथळा प्रवेश होता. त्याच्या प्रवासाची पद्धत 'अंतराळातून उडणे' आहे. त्याचे पाय जमिनीला शिवत नव्हते. या पृथ्वीतलावर तो एकमेव योगी आहे जो 'सूर्य-लोकात' पोहोचू शकतो. त्याचे शरीर यापुढे पाच तत्वांनी बनलेले नाही किंवा सहा कोशांनी (प्राणमय, ज्ञानमय इ.) बनलेले नाही. हे अलौकिक दैवी शरीर आहे.